For Bo and To.
Dành cho Bô và Tô.
        -- L.A.D.

Chúc mọi người một ngày tốt lành và mong rằng mọi người sẽ
thích quyển sách này!
I wish you have a nice day and hope you enjoy this book!
        -- QuynhDiem Ng

Quyển sách này của:
This book belongs to:

....

....

....

Cứ mỗi buổi sáng trong tuần, ông hoặc bà đều qua đón hai cháu Tôm và Tèo.

THỨ HAI trời nắng đẹp. Hai anh em chạy ùa ra đón bà khi nghe có tiếng mở cửa.

Every weekday morning Grandma or Grandpa comes over to pick up Tom and Teo.

MONDAY was a sunny day. The brothers ran out to greet Grandma when they heard the door open.

Tôm và Tèo! sẵn sàng chưa nào?

Tom and Teo! Are you ready?

Dạ! Cháu sẵn sàng rồi đây!

Yes! I am ready!

Dạ!

Yeah!

Tôm đã mặc áo lạnh xong. Tèo cũng đã chạy đi lấy ly sữa. Bà giúp hai đứa vào chiếc xe toa rồi kéo hai cháu về nhà.

Tom already had his jacket on. Teo ran to get his milk cup. Grandma helped the kids into the wagon and pulled them to her home.

3

Mới vào nhà, hai anh em lại chạy thẳng tới bếp, ngửi tìm xung quanh. Hôm nay bếp của Ngoại thơm nức mùi quế và hành tây nướng!

Ông Ngoại đang đứng nấu một nồi súp lớn.

Upon entering the house, the brothers ran straight to the kitchen. It smelled like cinnamon and roasted onion!

Grandpa was standing by the stove, cooking a large pot of soup.

Các cháu ăn cơm chưa?

Have you eaten yet?

4

Chào ông ạ! Dạ chưa. Ông ơi, hôm nay ông nấu gì thế?

Hi Grandpa! Not yet.
What are you cooking today?

5

Bỗng một tô phở to ơi là to hiện ra!

A large bowl of noodle soup suddenly appeared!

Tèn ten! phở bò ngon tuyệt của miền Bắc cho các cháu đây!

Ta-da! tasty beef noodle soup from North Vietnam. It's for you!

Măm măm, ngon quá!

Yum yum, tasty!

THỨ BA là một ngày nhiều mây. Ông qua đón Tôm và Tèo.

TUESDAY was a cloudy day. Grandpa came to pick up Tom and Teo.

Ông giúp hai cháu lên chiếc
xe toa đỏ rồi kéo về nhà.

Grandpa helped the kids onto the
wagon and brought them home.

Mới vào nhà, hai anh em chạy ùa vào bếp.
Bếp của Ngoại có mùi thịt nướng thơm ghê!

Upon entering the house, the brothers ran to the kitchen.
It smelled like yummy grilled meat!

"Tèn ten! Bún chả Hà Nội đã sẵn sàng cho cháu ăn nè!"

"Ta-da! Grilled meat and rice noodles. It's for you!"

"Ô hay quá! Cháu rất thích bún chả! Cảm ơn bà!"

"Oooh! Bún chả! That's my favorite! Thank you Grandma!"

THỨ TƯ tuy có mưa phùn
nhưng bà cũng qua đón các cháu.

It was drizzling on **WEDNESDAY** but
Grandma still came to pick up Tom and Teo.

Vào nhà, Tôm và Tèo đi về phía bếp, nhìn xung quanh và hít hà vào không khí - có mùi thơm của thịt heo và tôm rán! Chợt có tiếng "xèo xèo".

Nhìn thấy ông đang đứng cạnh bếp, Tôm liền chào: "Cháu chào ông ạ!"

Tom and Teo headed toward the kitchen, looked around and breathed in - there was a scent of fried pork and shrimp. Suddenly, there was a sizzling sound! Sizzz sizzz!

Grandpa was standing by the stove.
"Good morning, Grandpa!"

Chào cháu! Hai cháu ăn gì chưa?

Good morning!
Have you eaten yet?

Dạ chúng cháu chưa ăn ạ.
Chúng cháu đói bụng rồi!

Not yet but we sure are hungry!

17

Vậy là trưa hôm ấy, Tôm và Tèo ăn bánh xèo.
Ngoàm ngoàm! Giòn giòn! Ngon ngon!

So for lunch, Tom and Teo ate savory sizzling crepes.
Munch munch! Crunchy crunchy! Yummy yummy!

THỨ NĂM có nhiều lá rơi. Như thường lệ, ông qua đón Tôm và Tèo.

Ô kìa! Đằng kia có cây chuối!

On **THURSDAY** the leaves were falling. As usual, Grandpa came to pick up Tom and Teo with the wagon.

Oh look! A banana tree!

Ông ơi, mình hái lá chuối đó về để bà làm bánh bột lọc ăn được không ông?

Grandpa, may we take some leaves home for Grandma to make dumplings?

Được, nhưng mình phải vào xin chủ nhà nhé!

Yes, but we must ask the owner first!

21

Cốc cốc cốc...
Tôm bước đến gõ cửa, một bác to lớn bước ra.
Tôm lễ phép khoanh tay và hỏi "Cháu có thể xin một xấp lá chuối về cho bà được không bác? Bà cháu chắc sẽ mừng lắm!".

Knock knock knock...
Tom walked to the door and knocked. A big man came out. Tom politely asked, "May I please get a bundle of banana leaves? It's for my Grandma. She will be very happy!".

"Được!" Bác to lớn bảo.
"Cảm ơn bác ạ!". Tách, tách! Tôm hái một xấp lá chuối đem về cho bà.

"Sure thing!" The big man said.
"Thank you!". Snap, snap! Tom took some leaves and brought them home to Grandma.

Bà thấy lâng lâng vui sướng khi bất ngờ có được xấp lá chuối. Trưa hôm ấy Tôm và Tèo giúp bà làm bánh bột lọc, một loại bánh dẻo dai từ miền Trung Việt Nam.

Tôm chấm bánh vào nước mắm và Tèo cũng làm theo.

Grandma was delighted with the surprise. Tom and Teo helped her make tapioca dumplings wrapped in banana leaves, a dish from central Vietnam.

Tom dipped the dumplings in fish sauce and Teo did the same.

Ôi! bánh dai ghê!

Oh! So chewy!

Vèo cái đã ăn hết sạch sành sanh mâm bánh!

Gobble gobble! The dumplings are gone!

THỨ SÁU tuyết rơi nhưng ông vẫn
đến đón Tôm và Tèo. Vừa vào nhà,
hai anh em chạy ngay vào bếp rồi ngửi.
"A! Sao không có mùi gì hết vậy?"
Hai đứa nhìn quanh không thấy bà đâu cả!

It was snowing on FRIDAY but Grandpa
still came to pick them up. When they arrived,
the brothers ran straight to the kitchen.
"Ah! Why don't I smell anything?"
They looked everywhere but
couldn't find Grandma!

Ông ơi, bà đâu
rồi hả ông?

Grandpa, where
is Grandma?

26

Bà đi chợ để sắm đồ chuẩn bị Tết cháu ạ!

Grandma went to the market to buy food for the New Year!

Bữa trưa ấy, ông và cháu nấu canh chua, một món ngon của miền Nam.
Rửa cá nào! Rửa giá nào!
Cà chua nữa!
Cho me vào!

For lunch, they cooked sweet and sour fish soup, a tasty dish from South Vietnam.
Clean the fish! Wash bean sprouts!
And the tomatoes too!
Toss in the tamarind!

Mỗi người chan canh chua lên bát cơm nóng.
"Ôi! Ngon quá! Ngon quá!" Tôm vừa ăn vừa khen.

They each poured the sweet and sour fish soup over bowls
of piping hot rice.
"Oh so yummy!" Tom exclaimed.

THỨ BẢY trời se se lạnh. Ba mẹ dẫn Tôm và Tèo qua nhà Ngoại.

It was chilly on **SATURDAY**, Mom and Dad took Tom and Teo over to their grandparents's house.

31

"Sắp đến Tết rồi nên bà làm mứt dừa và mứt gừng!"
Bà trả lời.
"Và bánh tét nữa!" Ông nói thêm.

"It's almost Lunar New Year, so I am making candied coconut ribbons and candied ginger!" Grandma answered.
"And sticky rice cake too!" Grandpa added.

Hay quá! Cho cháu giúp với được không?

Neat! May I help?

Vậy là cả nhà cùng nhau chuẩn bị đón Tết.

And so, the family prepared for the Lunar New Year celebration together.

33

Hôm CHỦ NHẬT đó là ngày đầu tiên của năm mới. Mọi người đều mặc áo quần mới tinh tươm.
Tôm hỏi: "Tết đến rồi thế là con lớn thêm một tuổi, đúng không ạ?"

That SUNDAY was the first day of the New Year.
Everyone wore bright new clothes.
"New year is here. That means I am a year older, is that right?"
Tom asked.

Ti-ka ti-ka ti-ka ti-ka!
mình cùng lên đường nào!

Ti-ka ti-ka ti-ka ti-ka! Let's go!

"Đúng vậy!" Bố trả lời.
"Vậy hôm nay con sẽ kéo toa xe
giúp ba mẹ nhé!" Tôm đề nghị.
"Được thôi!" Mẹ trả lời.

"That's right!" Dad replied.
"So today I will help you pull the wagon!"
Tom suggested.
"Sure!" Mom answered.

Phù! cuối cùng thì cũng đã đến nhà Ngoại.

Phew! Finally, they reached the house.

"Chúc Mừng Năm Mới! Tèo và con xin chúc ông bà nhiều sức khỏe và sống lâu nghìn tuổi luôn ạ!" Tôm nhanh nhảu chúc Tết.

"Happy New Year! Teo and I wish you good health and each a long life!" Tom said.

"Giỏi quá! Hai đứa ăn cơm chưa? Tới đây bà lì xì cho nè!" Bà vừa cười và nói, "rồi cùng đi ăn nhe!".

"Very good! Have you eaten yet? Let me give you a red envelope!" Grandma said as she smiled, "then let's eat!".

"Con mời cả nhà ăn cơm ạ!"
Tôm nói.

"Let's eat together!" Tom said.

Bà ơi, Tết vui quá. Có thể ngày nào cũng là ngày Tết được không bà?

Grandma, Lunar New Year is so much fun. Can every day be Lunar New Year?

40

"Cháu rất mong mau đến Tết năm sau bà ơi!"
Tôm thốt lên.
Bà cười rồi xoa đầu hai cháu mà nói:
"Hihihi! Bà cũng vậy!".

"I can't wait until the next Lunar New Year!" Tom exclaimed.
Grandma chuckled then patted their heads, "Hahaha! Neither can I".

Edited by: Đinh Hoa Lư

Copyright © 2021 by L.A. Dinh

ISBN: 978-1-7370067-4-9

12578728R00029